Simon and his boxes
Simon và những cái hộp

Gilles Tibo

English/Vietnamese

Pan Asian Publications

My name is Simon and I love boxes.

When I find a great big box
I build a house and move inside.

Tên của tôi là Simon và tôi rất thích những cái hộp giấy.

Những lúc tôi tìm được một cái hộp lớn tôi thường
dựng thành một căn nhà và dọn vào trong ở.

I find boxes for my animal friends,
I want everyone to have a house.

But they won't stay in them.

Tôi tìm thật là nhiều hộp cho các bạn của tôi,
và tôi muốn mỗi người đều có một căn nhà.

Nhưng họ không muốn vào trong đó ở.

I build tall houses for the birds.

But they just look and fly away.

Tôi dựng lên những căn nhà cao lớn cho các loài chim.

Nhưng họ chỉ nhìn rồi bay đi.

I ride to the river on my horse.

Tôi cưỡi con ngựa ra bờ sông.

I put out houses for the fish.

They jump in...
But jump right out.

Tôi dựng thật là nhiều nhà cho các loài cá.

Họ nhảy vào...
Nhưng lại nhảy ra ngay.

I build the biggest city ever.

But no one even comes to look.

Tôi dựng lên một thành phố thật đồ sộ.

Nhưng không ai thèm đếm xỉa đến.

I go to a tree to ask the Robot,
"Why won't animals come to my city?"

"Maybe they can't find it," said the Robot.

Tôi đến một gốc cây để hỏi bác người máy,
"Tại sao các muông thú không đến thăm thành phố của tôi?"

"Có thể họ đã không nhìn thấy," bác người máy liền đáp.

Marlene and I build a train.

We ride through the fields and into the forest.

Tôi và Marlene dựng lên một tàu xe lửa.

Chúng tôi lái qua các cánh đồng và vào sâu trong rừng.

We invite the animals to come to the city.

But they all get scared and run away.

Chúng tôi mời các muông thú đến thăm thành phố.

Nhưng họ đều sợ hãi và bỏ đi chỗ khác.

I go to the cave to ask Jack-in-the-Box,
"Why won't animals live in my houses?"

"I like boxes and you like boxes," said Jack.
"I could not live any place else.
But the animals already have homes of their own.
Find something else to do with boxes."

Tôi đi vào hang sâu để hỏi bác Jack ở trong hộp,
"Tại sao các muông thú không thích ở trong nhà của tôi?"

"Tôi rất thích những cái hộp và cậu cũng vậy," bác Jack liền đáp.
"Tôi không thể sống ở những nơi nào khác.
Nhưng mỗi loài vật đều có những ngôi nhà riêng của họ.
Hãy làm những gì có ích lợi hơn với những cái hộp đó."

And I did.

Và tôi đã làm như vậy.

Simon and his boxes
Simon và những cái hộp

English/Vietnamese

Written and Illustrated by Gilles Tibo; Vietnamese translation by Quỳnh Giao Nguyễn

Copyright © 1992 by Gilles Tibo, originally published by Tundra Books of Montreal
English/Vietnamese edition © 1996 Pan Asian Publications (USA) Inc.

Pan Asian Publications (USA) Inc.
29564 Union City Blvd., Union City, California 94587 USA
Tel: (510) 475-1185 Fax: (510) 475-1489

ISBN 1-57227-035-7

Printed in Hong Kong